தேர்வு பயத்தை விரட்டுங்கள்

தேர்வு பயத்தை விரட்டுங்கள்

தேர்வு பயத்தை விரட்டுங்கள்

என். சொக்கன்

Title: Thervu Bayaththai Virattungal
Author's Name: N Chokkan
Copyright © N Chokkan
Published by Kamarkat

Kamarkat Prachuram
(An imprint of Zero Degree Publishing)
No. 55(7), R Block, 6th Avenue,
Anna Nagar,
Chennai - 600 040

Website: www.zerodegreepublishing.com
E Mail id: zerodegreepublishing@gmail.com
Phone : 89250 61999

Kamarkat First Edition: January 2023
ISBN: 978-81-949739-7-3
TITLE No. Kamarkat: 10

Cover Design & Layout: Vijayan, Creative Studio

பொருளடக்கம்

1. தேர்வுகள் எதற்கு?

'இதுவரை நடத்திய பாடத்தில், நாளைக்கு உங்களுக்கு ஒரு தேர்வு வைக்கப்போகிறேன்!', என்று உங்கள் ஆசிரியர் சொன்னால், நீங்கள் குஷியாவீர்களா? அல்லது, பயப்படுவீர்களா?

'தேர்வு' என்று சொன்னதும், ஏன் இந்த பயம்?

இதுபற்றி விரிவாகப் பார்க்குமுன், ஒரு விஷயத்தைத் தெளிவாகப் புரிந்துகொள்ளவேண்டும். இதில் ஒன்றும் பெரிய அவமானம் இல்லை. தேர்வுகளை நினைத்து பயப்படுகிற மாணவர்கள், இந்த உலகம் முழுவதும் இருக்கிறார்கள். அதேசமயம், அந்த பயமில்லாமல், தேர்வுகளை தைரியமாக சந்தித்து, சாதிக்கிறவர்களும் ஏராளமாக இருக்கிறார்கள்.

மேற்சொன்ன இரண்டு கட்சிகளில், நாம் எந்தக் கட்சி என்று தெரிந்துகொள்வதும், சரியான கட்சிக்குத் தாவுவதும் ரொம்ப முக்கியம். கவலைப்படாதீர்கள், அது ஒன்றும் பெரிய கம்ப சூத்திரம் இல்லை. சுலபமான விஷயம்தான்.

இந்தத் தேர்வுகளெல்லாம் எதற்காக?

இந்தக் கேள்விக்குப் பல விதங்களில் பதில் சொல்லலாம். அவற்றில் முதன்மையான ஒன்று, நாம் படிப்பது சரிதானா,

சரி என்றால், எந்த அளவு சரி என்றெல்லாம் சோதித்துப் பார்ப்பதற்குதான் தேர்வுகள்.

உதாரணமாக, நீங்கள் நடனமாடப் பழகுகிறீர்கள் என்று வைத்துக்கொள்வோம். உங்களுடைய ஆசிரியர், பலவிதமான நடன முத்திரைகளைச் சொல்லித்தருகிறார். அவரே அழகாக ஆடிக் காட்டுகிறார். இதையெல்லாம் கற்றுக்கொண்டு, நீங்களும் அவர்முன் ஆடிக் காட்டினால்தானே அவரால் நீங்கள் சரியாகக் கற்றுக்கொண்டிருக்கிறீர்களா என்று புரிந்துகொண்டு, தவறு இருந்தால் திருத்தமுடியும்? தேர்வுகளும் அப்படிதான்!

உங்கள் வகுப்பறையில் ஓர் ஆசிரியர் இருக்கிறார். அல்லது, பல ஆசிரியர்கள் இருக்கிறார்கள். ஆளுக்கு ஒரு பாடத்தை எடுத்துக்கொண்டு, உங்களுக்குச் சொல்லித்தருகிறார்கள். உங்களைப்போலவே, இந்த வகுப்பறையில் பல மாணவர்கள் இருக்கிறார்கள். உங்கள் எல்லோருக்கும் பொதுவாகதான் ஆசிரியர் பாடம் நடத்துகிறார்.

ஆனால், அவர் சொல்லித்தருகிற பாடம், உங்களில் எத்தனை பேருக்குப் புரிகிறது? யார் யாருக்குப் புரியவில்லை? யாரெல்லாம் இதை அரைகுறையாகப் புரிந்துகொண்டு குழம்புகிறார்கள்? யாருக்கெல்லாம் பாடத்தில் கூடுதல் கவனம் தேவைப்படுகிறது? – இந்த விஷயங்களெல்லாம் தெளிவாகத் தெரிந்தால்தானே எல்லோருக்கும் நல்லது? அதற்கும் தேர்வுகள்தான் வழி!

உங்களுக்குக் காய்ச்சல் வந்தால், மருத்துவரிடம் போகிறீர்கள். மருந்து சாப்பிட்டு, குணமானபிறகு, மறுபடி அவரிடம் போகிறீர்களே, அது ஏன்?

என்னதான் காய்ச்சல் நின்றுவிட்டது என்றாலும், மறுபடி டாக்டரிடம் சென்று, அதை உறுதிப்படுத்திக்கொள்வதுதானே நல்லது? அவர் நம்மைச் சோதித்து, 'உங்களுக்கு எந்த வியாதியும் இல்லை!' என்று சொன்னால்தானே முழு நிம்மதி?

இதே தத்துவத்தின் அடிப்படையில்தான், நம்முடைய தேர்வுகளும் கட்டமைக்கப்பட்டிருக்கின்றன.

நாம் எல்லோருமே புத்திசாலிகள்தான். பள்ளியில் நமக்குச் சொல்லித்தருகிற பாடங்களையெல்லாம் முயன்று, படித்து, மண்டையில் ஏற்றிக்கொண்டுவிடுகிறோம்தான். ஆனாலும், தகுதியுள்ள ஒரு ஆசிரியர் நம்மைச் சோதித்து, 'வெரி குட்' என்று சொன்னால்தானே நம்முடைய படிப்புக்கு மரியாதை? அதற்குத்தான் தேர்வுகள்!

2. பரிசு

தேர்வுகள் என்பவை, நம்முடைய அறிவுத்திறனைச் சோதிப்பதற்குப் பயன்படுகின்றன. முகம் காட்டும் கண்ணாடி போல, நமது அறிவைப் பிரதிபலிப்பதற்குதான் தேர்வுகள்.

தேர்வுகளால் வேறு சில நல்ல பயன்களும் உண்டு.

அவற்றில் முக்கியமான ஒன்று, ஒரு வகுப்பில் பல மாணவர்கள் உள்ளபோது, அவர்களில் யார் சிறந்தவர் என்று தீர்மானிப்பதற்குத் தேர்வுகள்தான் உபயோகப்படுகின்றன. பல நூற்றாண்டுகளாகப் பின்பற்றப்பட்டுவரும் நமது இந்தக் கல்வி முறையின்படி, தேர்வுகளில் நல்ல மதிப்பெண் வாங்குகிறவர்கள்தான் கெட்டிக்காரர்கள் என்பதால், மாணவர்களிடையே ஆரோக்கியமான போட்டி ஏற்படுகிறது.

தேர்வுகளைப் பொறுத்தவரை இன்னொரு விசேஷம் என்னவென்றால், மற்ற விளையாட்டுப் போட்டிகளைப்போல இல்லாமல், இந்தத் தேர்வுகள், ஒவ்வொரு மாணவருக்கும் தனிப்பட்ட விஷயம். என்னதான் போட்டி இருந்தாலும், நீங்கள் இன்னொருவருடைய மதிப்பெண்களைக் கூட்டவோ, குறைக்கவோ முடியாது. ஆகவே, நீங்கள் கஷ்டப்பட்டுப் படித்து,

நன்கு தேர்வு எழுதினால்தான், முதலாவதாக வரமுடியும். இல்லாவிட்டால், குறைந்த மதிப்பெண்களைப் பெற்று, பின் வரிசையில் உட்காரவேண்டியயதுதான்.

அதாவது, 'தீதும் நன்றும் பிறர் தர வாரா' என்று சொல்வார்களே, அதுபோல பரீட்சையில் அதிக மார்க்கும், குறைந்த மார்க்கும் பிறர் தர வருவதில்லை. அதற்கு நாமேதான் முழுப் பொறுப்பு.

இந்தப் பொறுப்பின் முக்கியத்துவத்தைச் சரியாகப் புரிந்துகொண்டுவிட்டால், அதன்பிறகு எந்தத் தேர்வும் சுமையாகத் தோன்றாது. ஒவ்வொரு தேர்வும், நம்முடைய திறமையை வெளிக்காட்டுவதற்கான வாய்ப்பாகத்தான் தெரியும்.

எல்லா மாணவர்களும் புத்திசாலிகள்தான். தங்களின் அந்தப் புத்திசாலித்தனத்தை அவர்களே உறுதிப்படுத்திக்கொள்வதற்கான வாய்ப்பைதான், தேர்வுகள் ஏற்படுத்தித் தருகின்றன.

அரவிந்தின் அப்பா, அரையாண்டுப் பரீட்சையில் அவன் தனது பள்ளியிலேயே முதல் மதிப்பெண் வாங்கினால், அவனுக்கு ஒரு சைக்கிள் வாங்கித் தருவதாகச் சொல்லியிருக்கிறார்.

அரவிந்துக்கு சைக்கிள் ஓட்டுவது என்றால் ரொம்பப் பிரியம். அதுவரை நண்பர்களின் சைக்கிள்களையும், வாடகை சைக்கிள்களையும் ஓட்டி மகிழ்ந்துகொண்டிருந்தவன், இப்போது தனக்கென்று ஒரு சைக்கிள் வரப்போகிறது என்ற குஷியில், ராப்பகலாக உட்கார்ந்து படிக்கிறான். அருமையாகத் தேர்வு எழுதி, முதல் மார்க் வாங்குகிறான். வாக்களித்தபடி, அவனுடைய அப்பா அவனுக்கு சைக்கிள் வாங்கிக்கொடுத்துவிட்டார். ஜிலுஜிலுவென்ற வண்ணத்தில் கம்பீரமான அட்லாஸ் சைக்கிள்.

அந்த சைக்கிளை ஓட்டியபடி அரவிந்த் பள்ளிக்கு வரும்போது, அவனுடைய முகத்தில் பொங்கும் பெருமிதத்தைப் பாருங்கள். அவனது ஒவ்வொரு அசைவிலும், 'இது என்னுடைய சைக்கிள், நான் கஷ்டப்பட்டுப் படித்து, பரிசாகப் பெற்ற சைக்கிள்' என்கிற பெருமையும், பரவசமும் தெரிகிறது.

இந்த அணுகுமுறையோடுதான் நாம் தேர்வுகளை

அணுகவேண்டும். கஷ்டப்பட்டுப் படிக்கிற ஒவ்வொருவருக்கும் சைக்கிள் பரிசு கிடைத்துவிடுவதில்லை. ஆனால், எல்லோருக்கும், அவரவருடைய அறிவுத்திறனுக்கேற்றபடி, உழைப்புக்கேற்றபடி மதிப்பெண்கள் கிடைக்கும். அதுதான் நிஜமான பரிசு, நிச்சயமான பரிசு!

ஒரு பள்ளியிலோ, கல்லூரியிலோ மாணவர்களுக்கு வைக்கப்படும் தேர்வுகள் எல்லாமே, முக்கியமாக இரண்டு விஷயங்களைச் சோதிக்கின்றன.

முதலாவதாக, வகுப்பில் சொல்லித்தந்த பாடங்களையெல்லாம், நீங்கள் எந்த அளவு சரியாக நினைவில் கொண்டிருக்கிறீர்கள்?

அடுத்து, பதற்றமான ஒரு (தேர்வுச்) சூழலிலும், உங்களால் நிதானமாகச் செயல்படமுடிகிறதா? படித்தவற்றைத் தெளிவாகவும், ஒழுங்காகவும் எழுதமுடிகிறதா?

நாம் படிக்கிற பாடங்கள் அனைத்தையுமே, நன்றாக ஞாபகம் வைத்திருந்து, அதைத் தேர்வுகளில் சரியானபடி எழுதினால்தான், நல்ல மார்க் கிடைக்கும். கணிதம் போன்ற ஒரு சில பாடங்களில்மட்டும், படித்த விஷயங்களைப் பயன்படுத்தி ஏதேனும் புதிதாகச் செய்கிற வாய்ப்புக் கிடைக்கிறது. மற்றபடி, எல்லாப் பாடங்களிலும், படித்ததை அப்படியே நினைவில் வைத்திருப்பவர்களுக்குதான் அதிக மவுசு. (கணிதப் பாடத்தில்கூட, சூத்திரங்கள், வழிமுறைகளையெல்லாம் மனப்பாடம் செய்துதான் ஆகவேண்டும்!)

அப்படியானால், காதில் கேட்டது, கண்ணில் பார்த்ததையெல்லாம் அப்படியே ஒப்பிக்கும் இயந்திரங்களாக மாணவர்களை மாற்றுவதற்குதான் இந்தத் தேர்வுகளா? வெறுமனே புத்தகத்தை ஜெராக்ஸ் எடுத்து, பரீட்சையில் கொட்டுவதற்குத்தான் தேர்வுகளா?

அதுதான் இல்லை. மேலே சொன்னதுபோல், பதற்றமான தேர்வுச் சூழ்நிலைக்கு உங்களைத் தயார் செய்வதும் தேர்வுகளின் முக்கியமான நோக்கம்.

தேர்வு நடைபெறுகிற அந்தச் சூழலில், பதற்றமான அந்தச் சில மணி நேரங்களில், உங்களுடைய மனோநிலை எப்படி இருக்கிறது, உங்களுடைய செயல்பாடுகள் எப்படி இருக்கின்றன என்று சோதிப்பதற்கும், இதுபோன்ற சூழ்நிலைகளுக்கு உங்களைத் தயார் செய்வதற்கும்கூட தேர்வுகள்தான் பயன்படுகின்றன. சொல்லப்போனால், தேர்வுகளின் நீண்டகாலப் பயனே அதுதான்.

நீங்கள் இப்போது எட்டாம் வகுப்பு படிக்கிறீர்கள் என்று வைத்துக்கொள்வோம். இரண்டு வருடங்களுக்குமுன், ஆறாம் வகுப்புத் தேர்வுகளில் நீங்கள் வாங்கிய மதிப்பெண்களெல்லாம் இப்போது நினைவிருக்கிறதா?

ஞாபகமில்லையா? சரி, பரவாயில்லை. போன வருடம் ஏழாம் வகுப்பில் வாங்கிய மதிப்பெண்கள்?

அதுவும் சரியாக நினைவில்லையா? சரி, போகட்டும். இப்போது நீங்கள் எட்டாம் வகுப்பில் இருக்கிறீர்கள். எப்படி?

நீங்கள் ஏழாம் வகுப்புக்கான இறுதித் தேர்வுகளில், நல்ல மதிப்பெண் எடுத்துத் தேர்ச்சி பெற்றிருக்கிறீர்கள். அதனால்தான், உங்களை எட்டாம் வகுப்பில் அனுமதித்திருக்கிறார்கள். இல்லையா?

அதாவது, நீங்கள் முன்பு வாங்கிய மதிப்பெண்களெல்லாம், நாம் ஏற்கெனவே பார்த்ததுபோல், பரிசுகளாகச் செயல்பட்டு, உங்களை ஒவ்வொரு வகுப்பாக மேலேற்றியிருக்கிறது. இப்போது அந்த மதிப்பெண்கள் உங்களுக்கு மறந்துபோயிருக்கலாம். ஆனால், அவைதான் உங்களுடைய இப்போதைய வளர்ச்சிக்கு அடிப்படை.

ஆறாம் வகுப்பிலோ, ஏழாம் வகுப்பிலோ நடந்த தேர்வுகளின்போது, என்னென்ன கேள்விகள் கேட்கப்பட்டன, அவற்றுக்கு எப்படி பதில் எழுதினோம் என்றெல்லாம் உங்களுக்கு இப்போது மறந்துபோயிருக்கலாம். ஆனால், அந்தத் தேர்வுகளையெல்லாம் நீங்கள் சிறப்பாகக் கையாண்டிருக்கிறீர்கள். அதுதான் முக்கியம்.

3. பதற்றம் வேண்டாம்

எந்தச் சூழலையும், பதற்றமில்லாமல் கையாள்கிறவர்களுக்குத்தான் வெற்றி!

திறமை ரொம்ப முக்கியம்தான். என்றாலும், தேவையான தருணத்தில், அந்தத் திறமையைச் சரியாகப் பயன்படுத்தும் நுட்பம், அதைவிட முக்கியம்.

வெறுமனே படித்தவற்றை மனப்பாடம் செய்து ஒப்புவிப்பதுமட்டும் தேர்வுகளின் நோக்கம் இல்லை. உங்களுடைய திறமை, ஞாபக சக்தி, சூட்சும புத்தி, கையெழுத்து, நேர நிர்வாகம் (*Time Management*) என்று பல விஷயங்களும், தேர்வுகளால் உண்டாகும் இந்த அழுத்தத்தின்கீழ் (*Pressure*) சோதனைக்குள்ளாகின்றன.

போர்க்களத்தில், ஏதாவது ஒரு திசையிலிருந்து அம்பு பாய்ந்தால், கேடயத்தை வைத்துத் தடுப்பீர்கள். ஆனால், ஒரே நேரத்தில் எல்லா திசைகளிலிருந்தும் அம்புகள் பாய்ந்தால்? நீங்களே ஒரு கேடயமாக மாறினால்தான், எந்த அம்பையும் தாங்குமளவு உங்களுடைய உடல் உரம் பெற்றால்தான், வெற்றிபெறமுடியும். இல்லையா?

தேர்வுகளின்போதும் அதே கதைதான். நாம் மேலே பார்த்த பட்டியலைப்போல, பல திசைகளிலிருந்தும் தாக்கும் இத்தனை

சவால்களையும் ஒரே நேரத்தில் சமாளிப்பதற்கு, ஒரு தனித்திறமை வேண்டும். அதை வளர்ப்பதுதான் தேர்வுகளின் நோக்கம்.

தேர்வு என்ற ஒரு விஷயத்தை நீங்கள் எப்படி எதிர்கொள்கிறீர்கள், எப்படிப் பதற்றமில்லாமல் கையாள்கிறீர்கள் என்பவை மாணவப் பருவத்தில்மட்டுமில்லை, அதன்பிறகும் உங்களுக்கு ரொம்ப தேவைப்படுகிற, மிகவும் அவசியமான குணங்கள்.

ஏனெனில், இந்தப் படிப்பெல்லாம் முடிந்து நீங்கள் நிஜ உலகத்தில் நுழைந்தபிறகு, உங்கள் தனிப்பட்ட வாழ்க்கையிலும், பணியிடத்திலும் இந்தத் தேர்வுச் சூழலைப்போன்ற ஏராளமான சிரம சூழ்நிலைகள் ஏற்படலாம். அப்போது அவற்றையெல்லாம் பார்த்து நடுங்கிப்போய்விடாமல், பதற்றமின்றி, அவற்றைத் திறம்படக் கையாள்வதற்கு, தேர்வுகள் தரும் இந்தப் பயிற்சியும், முன்னேற்பாடும் ரொம்பவே தேவை.

இப்போது நீங்கள் ஒரு விஷயத்தைப் புதிதாகக் கற்றுக்கொள்கிறீர்கள் என்று வைத்துக்கொள்வோம். பாடப் புத்தகத்திலிருந்தோ, அல்லது ஆசிரியர்களிடம், நண்பர்களிடம் கேட்டு அறிந்தோ, அல்லது புத்தகங்களில் படித்தோ, அந்த விஷயத்தை நன்றாகத் தெரிந்துகொள்கிறீர்கள்.

நான்கு நாள்கள் கழித்து, நான் உங்களிடம் வந்து, 'இந்த விஷயத்தைப்பற்றி எனக்குச் சொல்', என்று கேட்கிறேன்.

இப்போது நீங்கள் என்ன செய்வீர்கள்? 'ஆஹா' என்று உற்சாகமாக எனக்குச் சொல்லித்தருவீர்களா? அல்லது, 'எனக்கு அந்த விஷயம் தெரியும். ஆனால், அதை இன்னொருவருக்கு சொல்லித்தருவதற்குத் தெரியாது', என்று தலையைச் சொறிவீர்களா?

அதாவது, ஒரு பாடத்தை நீங்கள் நன்றாகப் படித்துத் தெரிந்துகொள்வதுமட்டும் போதாது. அதை மற்றவர்களுக்குத் தெளிவாகவும், விரிவாகவும் விளக்கிச் சொல்லுமளவுக்கு நீங்கள் ஊன்றிக் கற்றிருக்கவேண்டும். அப்படி இல்லாதவர்கள், நன்கு மலர்ந்தும், மணம் வீசாத மலரைப்போன்றவர்கள் என்கிறார் திருவள்ளுவர்.

இணர்ஊழ்ந்தும் நாறா மலர்அனையர், கற்றது
உணர விரித்து உரையாதார்.

(திருக்குறள் எண் 650)

'தேர்வுகள் எதற்காக?', என்ற கேள்விக்கு, நாம் இதுவரை கண்டறிந்த விடைகளையெல்லாம் சுருக்கமாகப் பட்டியலிடுவோம்.

1. வகுப்பில் சொல்லித்தந்த பாடங்களையெல்லாம், நாம் எந்த அளவு ஊன்றிப் படித்திருக்கிறோம் என்று உறுதிப்படுத்திக்கொள்வதற்கு

2. கற்றுக்கொண்ட விஷயத்தை, இன்னொருவருக்கு விளங்கும்படி விரிவாகவும், தெளிவாகவும் சொல்வதற்கு நமக்குத் தெரிகிறதா என்று அறிந்துகொள்வதற்கு

3. நாம் படிப்பது சரிதானா என்று நாமே சரியாக சோதித்துப்பார்த்துக்கொள்வதற்கு

4. ஒரு வகுப்பில் உள்ள அனைத்து மாணவர்களில் யார் மிகச் சிறந்தவர் என்று தீர்மானிப்பதற்கு

5. நம் அறிவுத் திறனுக்கு ஏற்ற, நம் உழைப்புக்கு ஏற்ற பரிசைப் (மதிப்பெண்கள்) பெறுவதற்கு

6. பதற்றமான ஒரு (தேர்வுச்) சூழலிலும் நம்மால் நிதானமாகச் செயல்படமுடிகிறதா என்று சோதிப்பதற்கு

இத்தனை நல்ல பலன்களை உடைய ஓர் அருமையான விஷயத்தை(தேர்வுகளை)ப் பார்த்து நாம் நடுங்கலாமா? மோசமானவர்களைப் பார்த்துதான் நாம் பயப்படவேண்டும். நல்லவர்களைப் பார்த்து யாரேனும் பயப்படுவார்களா?

4. எல்லோருக்கும் பயமுண்டு

தேர்வுகள்தான் தற்போதைய நிலைமையில், ஒரு மாணவனின் கல்வித்தரத்தை நிர்ணயிக்கிற அளவுகோல்களாக இருக்கின்றன. தேர்வுகள் இல்லாத சில பாடத்திட்டங்களும் தற்போது தீவிரமாக பரிசீலிக்கப்பட்டுவருகின்றன. என்றாலும், அவையெல்லாம் நிஜத்தில் அமலுக்கு வர ரொம்ப நாளாகும்.

ஆகவே, நாம் விரும்பினாலும், விரும்பாவிட்டாலும் தேர்வுகளைத் தவிர்க்கவேமுடியாது. அவற்றை பயமின்றி சந்தித்து, ஜெயிப்பதற்கு நாம் பழகிக்கொள்வதுதான் புத்திசாலித்தனம்.

சாதாரணமாக, நாம் தேர்வுகளைப் பார்த்து ஏன் பயப்படுகிறோம்? – இந்தக் கேள்விக்கு சரியான பதில் தெரிந்தால்தான், அந்த பயத்தைத் தவிர்ப்பதற்கான வழிமுறைகளை ஆராயமுடியும்.

பொதுவாக நமக்கு எப்போதெல்லாம் பயம் வருகிறது?

ஒரு விஷயத்தைச் செய்வதற்கு நம்மால் முடியுமா என்கிற சந்தேகம் வரும்போது, அது முடியாமல்போய்விடுமோ என்று நாமே கற்பனை செய்துகொண்டு, பயப்படுகிறோம்.

நாம் ஏற்கெனவே பார்த்ததுபோல், தேர்வுகள் அனைத்துமே, ஒருவிதமான சவால்கள், போட்டிகள்தான். ஆகவே, அவற்றின் வெற்றி, தோல்வியைப்பற்றிய ஊகங்கள், சந்தேகங்கள் ஏற்படுவது சகஜம்.

இந்த பயமும், சந்தேகமும் எல்லோருக்கும் வருவதுதான். இதில் திறமைசாலிகள், திறமையில்லாதவர்கள் என்ற வித்தியாசமே கிடையாது. எல்லோருக்குமே ஒரு சவாலைச் சந்திப்பதுபற்றிய பதற்றம் இருக்கத்தான் செய்யும்.

உதாரணமாக, நாளைக்கு இந்தியாவுக்கும், பாகிஸ்தானுக்கும் ஒரு கிரிக்கெட் போட்டி நடக்கிறது என்று வைத்துக்கொள்வோம். அதைப்பற்றிய கவலையும், பதற்றமும், இரு அணிகளிலும் உள்ள அனைத்து வீரர்கள் மனத்திலும் இருக்கும்.

அப்படியென்றால், அந்த கிரிக்கெட் வீரர்களெல்லாம் கிரிக்கெட் விளையாடத் தெரியாதவர்கள், திறமையில்லாதவர்கள் என்று அர்த்தமா?

அப்படி இல்லை. அவர்கள் திறமைசாலிகள்தான், பல போட்டிகளில் விளையாடி அனுபவம் பெற்றவர்கள்தான். என்றாலும், ஒரு புதிய போட்டி என்று வரும்போது, நமது முழுத்திறமையையும் வெளிப்படுத்தி விளையாடவேண்டுமே என்கிற அக்கறை கலந்த பதற்றம்தான் அவர்களுக்கு உண்டாகிறது.

ஆகவே, நீங்களோ, நானோ தேர்வுகள் எப்படி இருக்குமோ, நாம் எப்படி எழுதுவோமோ, நல்ல மார்க் கிடைக்குமோ, கிடைக்காதோ என்றெல்லாம் கவலைப்பட்டால், அதில் எந்தத் தவறும் இல்லை. அப்படிக் கவலைப்படுவதனாலேயே, ஒருவர் மக்குப் பிள்ளையாகிவிடுவதில்லை.

ஆர்வம் மற்றும் எதிர்பார்ப்புகளால் உண்டாகும் கவலைகளும், பதற்றமும் இயல்பான விஷயங்கள்தான். ஆனால், அதன்மூலம் ஏற்படுகிற பயம், நம்முடைய இயற்கைத் திறமையைப் பாதித்துவிடாமல் பார்த்துக்கொள்ளவேண்டும்.

பயத்திற்கு இன்னொரு அடிப்படைக் காரணம், அனுபவமின்மை – நாம் எதிர்பார்த்திருக்காத, அல்லது இதற்குமுன் சந்தித்திருக்காத புதிய சூழல்களை எதிர்கொள்ளும்போது, பயம் உண்டாகிறது.

இதை எப்படித் தவிர்க்கலாம்?

அனுபவமின்மைக்கு மருந்து, அனுபவம்தான். அதிகம் தேர்வுகளைச் சந்திக்கச் சந்திக்க, நமக்குள் இந்த பயத்தைக் குறைக்கும் எதிர்ப்பு சக்தி தானாக வளர்ந்துவிடும்.

ஒரு தேர்வுக்கு சரியாகத் தயார் செய்துகொள்ளாவிட்டாலும், பயம் ஏற்படும். ஒழுங்காகப் படிக்கவேண்டிய கடமையிலிருந்து நாம் தவறிவிட்டோமே என்கிற குற்றவுணர்ச்சி ஒரு பக்கம், இதனால் நாளைக்குத் தேர்வின்போது என்ன நடக்கப்போகிறதோ, இந்தத் தவறுக்கு எத்தனை பெரிய தண்டனை கிடைக்குமோ என்ற பதற்றம் இன்னொரு பக்கம். விளைவு – பயம், நடுக்கம்.

பொதுவாக ஒரு பாடத்தைமட்டும் நினைத்து பயப்படுகிற மாணவர்கள்கூட கொஞ்சம்தான். பெரும்பாலானவர்கள், எந்தப் பாடத்தில் தேர்வு என்றாலும் பயப்படத்தொடங்கிவிடுகிறார்கள்.

தேர்வுகளுக்குச் சரியாகப் படிக்காதவர்கள், அதை நினைத்து பயப்படுகிறார்கள்.

ஒழுங்காகப் படித்தவர்களும், இந்த விஷயத்தில் முழு நம்பிக்கையோடு இருப்பதில்லை, 'தேர்வின்போது நான் படித்ததெல்லாம் மறந்துபோய்விடுமோ?', 'ஒருவேளை நான் படிக்காத கேள்விகளாகக் கேட்டுவைப்பார்களோ', என்று அநாவசியமான கற்பனைகளை வளர்த்துக்கொண்டு பயப்படுகிறார்கள்.

போதாக்குறைக்கு, சுற்றியிருப்பவர்கள் தரும் அழுத்தமும் ரொம்ப அதிகம், 'ஒழுங்காப் படிச்சியா?', 'போனதடவை சொதப்பினமாதிரி செஞ்சிடமாட்டியே?', என்றெல்லாம் அவர்கள் கண்களை உருட்டியபடி கேட்கும் ஒவ்வொரு கேள்வியும், 'தொண்ணூறுக்கு ஒரு மார்க் குறைஞ்சாகூட தோலை உரிச்சுடுவேன்', என்று மிரட்டுவதும், ஏற்கெனவே ரொம்ப பயந்துபோயிருக்கும் மாணவனிடம் எதிர்மறை விளைவுகளைத்தான் உண்டாக்குகிறது.

தன்னுடைய நண்பர்கள் வாங்கும் அதிக மதிப்பெண்கள்கூட, ஒரு மாணவனுக்குக் கடுமையான மன அழுத்தத்தை

உண்டாக்கலாம். அவனும் என்னோடுதானே படிக்கிறான். அப்புறம் எப்படி அவன்மட்டும் நிறைய மார்க் வாங்குகிறான்? அப்படியென்றால், என்னிடம்தான் ஏதாவது குறையா? – இப்படியெல்லாம் நினைக்க நினைக்க, அந்த இளம் மனதுக்குள் தாழ்வு மனப்பான்மை உண்டாகி, அவனுடைய இயல்பான திறமையைக்கூட பாதித்துவிடுகிறது.

சில சமயங்களில், வீணான முன்முடிவுகளும் சில மோசமான விளைவுகளை உண்டாக்கிவிடுகின்றன. உதாரணமாக, 'எனக்குக் கணக்கு வராது', என்று முடிவுசெய்துகொண்டு, அதில் கவனம் செலுத்தாமல், அக்கறையில்லாமல் இருக்கிற மாணவர்களைப் பார்த்திருக்கிறோம். இப்படி ஒரு பாடத்தை மொத்தமாக ஒதுக்கிவைத்துவிட்டால், பிறகு எப்படி அதில் நல்ல மார்க் வரும்? பயம்தான் வரும்!

எதிர்காலம் குறித்த பயமும், மாணவர்கள் மனதில் தேர்வுகள் என்றாலே ஒருவிதமான கலவரத்தை மூட்டிவிடுகிறது. அதிலும் குறிப்பாக, பத்தாம் வகுப்பு, பன்னிரண்டாம் வகுப்பு பொதுத் தேர்வுகளின்போது, இந்த பயம் அளவற்றுப் பெருகிவிடுகிறது. 'இந்தப் பரீட்சை ரொம்ப முக்கியமாச்சே. திருப்புமுனை என்றெல்லாம் சொல்கிறார்களே. இதை நம்மால் ஒழுங்காகச் செய்யமுடியுமா? ஒருவேளை ஏதேனும் விபத்து நேர்ந்துவிட்டால் என்ன செய்வது?' – இப்படிப்பட்ட ஊகங்கள், கற்பனைகளால், மாணவர்கள் படிக்கிற நேரமும், கவனமும் (concentration) குறைந்து, ஏகப்பட்ட டென்ஷன்தான் மிச்சம்.

யாருக்கெல்லாம் இந்தத் தேர்வு பயம் அதிகமாக வருகிறது?

- சரியாகப் படிக்காதவர்கள் / தேர்வுகளுக்குச் சரியான விதத்தில் தயார் செய்துகொள்ளாதவர்கள்

- எதற்கெடுத்தாலும் கவலைப்படுகிறவர்கள்

- எதையும் 'மிகச் சரியாக' செய்யவேண்டும் என்று நினைக்கிறவர்கள். (Perfectionalists)

- அதீதமான கற்பனைகளைச் செய்துகொண்டு நடுங்குபவர்கள்

தேர்வுகளை நினைத்து பயப்படுவது என்பது, ஒரு சாதாரணமான, இயல்பான விஷயம்தான். இதில் உங்கள் தவறு என்று எதுவும் பெரிதாக இல்லை. பெரும்பாலான பிரச்சனைகள், உங்களைச் சுற்றியிருக்கிற சூழலால் உண்டாக்கப்படுவதுதான். ஆகவே, இதைச் சுலபமாகச் சரிசெய்துவிடலாம். கவலைப்படாதீர்கள்.

தேர்வு பயம், எல்லோருக்குமே இருக்கிறது. அதன் அளவுதான், ஆளுக்கு ஆள் வித்தியாசப்படுகிறது. ஆகவே, தேர்வு பயத்தின் அளவை முடிந்தவரை குறைத்துக்கொள்கிற திறமைசாலிகள்தான் தேர்வுகளில் சுலபமாக வெற்றியடைகிறார்கள்.

5. கொஞ்சூண்டு பயப்படலாம், தப்பில்லை

ஆரம்பத்திலிருந்து, 'தேர்வு பயம்', 'தேர்வு பயம்' என்று திரும்பத் திரும்பச் சொல்லி, இந்த விஷயத்தை ஒரு 'வில்லன்'போலவே சித்தரித்துக்கொண்டிருக்கிறோம். ஆனால் உண்மையில், இந்தத் தேர்வு பயத்தால் சிற்சில நன்மைகளும் உண்டு.

'எக்ஸாம்தானே, பார்த்துக்கலாம்', என்று தேர்வு நேரத்தில் அலட்சியமாக ஊர் சுற்றுகிறவர்களைப் பார்க்கிறோம். அதுபோல் இல்லாமல், தேர்வுகள் முக்கியம், அவற்றுக்கு உரிய கவனத்தைத் தரவேண்டும் என்று நமக்கு வலியுறுத்துவதே இந்தத் தேர்வு பயம்தான்.

கடவுளின்மீது நமக்கு அன்பும், பக்தியும் உண்டு. அதேசமயம், நாம் தப்பு செய்தால், அவர் தண்டிப்பார் என்பதால், கொஞ்சம் பயமும் உண்டுதானே? அதுபோலதான் தேர்வுகளும், அவற்றின்மீது கொஞ்சமாவது பயம் இருந்தால்தான், அக்கறையோடு படிப்போம்.

இன்னும் சில மாணவர்கள் இருக்கிறார்கள். அவர்களுக்கு, சவால்களைச் சந்திப்பது என்றால் ரொம்பப் பிடிக்கும். ஆகவே, தேர்வுகளும், அவற்றால் உண்டாகும் பயமும் தருகிற சவால் சூழ்நிலை, அவர்கள் மேலும் சிறப்பாகச் செயல்பட உதவுகிறது.

ஆனால், என்னதான் ஆங்காங்கே சில நன்மைகளைத் தந்தாலும், இந்தத் தேர்வு பயமெல்லாம் ஓர் அளவோடு இருக்கவேண்டும். அளவுக்கு மிஞ்சினால் அமுதமும் நஞ்சு என்பதுபோல், அதீதமான பயம், நம்மைப் பல விதங்களில் பாதித்துவிடும்.

தேர்வு பயத்தின் முக்கியமான அறிகுறி, தேர்வு நேரங்களில், வெறுமையாக உணர்வது.

அது உங்களுடைய விருப்பப் பாடமாக இருக்கும். ஆசிரியர் சொல்லித்தந்திருப்பவை அனைத்தையும் தலைகீழ்ப் பாடம் செய்திருப்பீர்கள். எந்தத் தலைப்பில் எந்தக் கேள்வி கேட்டாலும், விரல் நுனியில் பதில் இருக்கும். நிச்சயமாக இந்தத் தேர்வில் நூற்றுக்குத் தொண்ணூற்றொன்பது மதிப்பெண்களாவது வாங்கியாகவேண்டும் என்ற உறுதியோடு தேர்வு அறையில் வந்து அமர்வீர்கள்.

ஆனால், தேர்வு தொடங்கியதும், வினாத்தாளைக் கையில் வாங்கியதுமே, சட்டென்று ஒரு வெறுமை உணர்வு உங்களைச் சூழ்ந்துகொள்கிறது. அதுவரை படித்தது எல்லாமே மறந்துபோய்விட்டதுபோல் திகைக்கிறீர்கள். எல்லாக் கேள்விகளுக்கும் உங்களுக்கு பதில் தெரிந்திருப்பதுபோலவும், தெரியாததுபோலவும் தோன்றுகிறது. ஒரே குழப்பம்.

தேர்வு பயத்துக்குள்ளாகிறவர்கள் சந்திக்கும் பொதுவான அறிகுறி இந்த வெறுமை உணர்ச்சி (*Blank Feeling*).

இந்த 'வெறுமை உணர்வு'ப் பிரச்னை உடையவர்களுக்கு, காரணமில்லாத கோபம், துயர எண்ணங்கள், தூக்கமின்மை போன்ற வேறு தொந்தரவுகளும் ஏற்படலாம் என்று ஆய்வுகள் குறிப்பிடுகின்றன.

இந்த 'வெறுமை'யின் அளவு, ஒவ்வொருவருக்கும் மாறுபடும். சிலருக்கு, சுலபமான கேள்விகள்கூட சிரமமாகத் தோன்றும். வேறு சிலருக்கு, எந்தக் கேள்விக்குமே பதில் தெரியாததுபோல் தோன்றும். எது எப்படியானாலும், இதனால் மாணவர்களின் இயல்புத்தன்மை பாதிக்கப்படுகிறது என்பதும், அவர்களால் தங்களின் முழுத் திறனையும் வெளிப்படுத்தி எழுதமுடிவதில்லை என்பதும் உண்மை.

தேர்வு பயத்தினால் மாணவர்களுக்கு உண்டாகும் பிரச்சனைகளை, மூன்று வகைகளாப் பிரிக்கலாம்.

1. உடல் கோளாறுகள்

2. மனப் பிரச்சனைகள்

3. உணர்வுரீதியிலான பிரச்சனைகள்

தேர்வு பயத்தின் முதல் விளைவான உடல் கோளாறுகளை நாம் வெளிப்படையாகப் பார்க்கமுடியும். வயிற்றில் ஒரு முடிச்சு விழுந்துபோலவோ, அல்லது பட்டாம்பூச்சிகள் ஒன்றாகப் பறப்பதுபோலவோ அவஸ்தை உண்டாகும், வாந்தி வருவதுபோல் வயிற்றைப் பிரட்டும், கைகள் நடுங்கும், ஏராளமாக வியர்க்கும், நாக்கு வறண்டுபோகும், இதயத் துடிப்பு ஒழுங்கில்லாமல் எகிறும், மூச்சு தடுமாறும், தோள்கள் கனமாகும், முதுகு வலிக்கும் – இப்படி இன்னும் பல உபாதைகள் இந்த நீண்ட பட்டியலில் உண்டு.

இரண்டாம் வகையைச் சேர்ந்த மனப் பிரச்சனைகள் மேலும் தீவிரமானவை. இந்தப் பிரச்சனைகளால், நமது கவனமும், ஞாபக சக்தியும் ரொம்ப பாதிக்கப்படுகிறது. ஒரு விஷயத்தைச் சிந்திக்கும்போது, அதோடு தொடர்பில்லாத ஆயிரம் விஷயங்கள் தலை நீட்டி, நமது மனதை மொத்தமாக நிரப்பிவிடுவதால், கோர்வையாக யோசித்து, சரியானபடி தேர்வு எழுதமுடியாதபடி சிரமப்படுகிறோம். 'ஒருவேளை நான் இந்தத் தேர்வில் தோற்றுவிட்டால்?', என்று கற்பனை செய்துகொண்டு பயப்படுவதும் இந்த வகையில்தான் வரும்.

மூன்றாவது வகைப் பிரச்சனைகள், உணர்வுரீதியிலானவை. தேர்வுகுறித்த கலவர உணர்வும், பயமும், மாணவனை நேரடியாகப் பாதித்து, சிறப்பாகச் செயல்படமுடியாமல் கட்டிப்போட்டுவிடுகிறது. அதீதமாக உணர்ச்சிவசப் படுகிறவர்களிடம், இந்தப் பிரச்சனைகளை எந்த நேரத்திலும் பார்க்கலாம்.

6. இடி, மின்னல், சிரி!

கடுமையாக மழை பெய்யும் ஓர் இரவு. ஊரெல்லாம் இடி, மின்னல். நிற்காமல் மழை கொட்டிக்கொண்டிருக்கிறது.

அப்போது ஒரு வீட்டில்மட்டும் ஜன்னல் கதவுகள் அகலத் திறந்திருந்தன. அங்கிருந்த ஒரு சிறுமி, அடிக்கடி வெளியே எட்டிப் பார்த்துச் சிரித்துக்கொண்டிருந்தாள்.

இதைப் பார்த்த அவளுடைய அம்மா, 'ஜன்னல் பக்கத்திலே நிக்காதேம்மா', என்றார், 'மழைச் சாரல் அடிக்குது பார், இதில நனைஞ்சா, அப்புறம் ஜலதோஷம் பிடிச்சுக்கும்', என்றபடி ஜன்னலை மூட முயன்றார் அவர்.

'ம்ஹூம்', என்று பெரிதாக தலையசைத்துச் சிரித்தாள் அந்தச் சிறுமி. அப்போது அவளுக்குப் பின்னே மீண்டும் ஒரு பளீர் மின்னல் அடிக்க, சட்டென்று திரும்பி, மறுபடி சிரித்தாள், மேலே வானத்தைச் சுட்டிக்காட்டி, 'அதோ பாரும்மா, கடவுள் என்னை போட்டோ எடுக்கிறார்', என்றாள் அவள்.

மின்னலும், இடியும் எல்லோருக்கும் பயத்தை உண்டாக்க, அந்தச் சிறுமிக்கு மட்டும்தான், மின்னலின் ஒளி, கடவுளுடைய புகைப்படக் கருவியின் ஃப்ளாஷ் வெளிச்சமாகத் தெரிந்தது. அதனால்தான், எந்த பயமும் இல்லாமல், அவளால் ஒவ்வொரு மின்னலுக்கும் சிரித்துக்கொண்டிருக்க முடிந்தது.

இந்த 'பாஸிடிவ்' சிந்தனை, தேர்வுகளைச் சந்திக்கிற நமக்கும் வேண்டும்!

நாம் ஒவ்வொருமுறை சிரிக்கும்போதும், நமது வாழ்நாளில் கொஞ்சம் அதிகரிக்கிறது என்று சொல்வார்கள்.

சிரிப்பைப்போலவே, நேர்ச் சிந்தனைகளும் நம்மை பலப்படுத்துகின்றன. எதிர்மறையான சிந்தனைகள், பலவீனப்படுத்துகின்றன.

எந்த பயத்தையும் வெல்வதற்கான முதல் வழிமுறை இதுதான் – எதிர்மறையாகச் சிந்திக்காதீர்கள், நல்லதையே நினையுங்கள், நல்லதே நடக்கும்.

தேர்வு நேரங்களில்தான் ஏகப்பட்ட கற்பனைகளும், கவலைகளும் நம்மைச் சூழ்ந்துகொள்கின்றன.

- இந்தத் தேர்வுக்கு நான் படித்தது போதுமா, போதாதா? தேவையான அளவு தயார் செய்துவிட்டேனா, இல்லையா? ஒருவேளை இது போதாவிட்டால், என்ன நடக்குமோ, கடவுளே!

- அந்த வாத்தியாருக்கு என்னைப் பார்த்தாலே ஆகாது. வேண்டுமென்றே எனக்குத் தெரியாத பாடங்களிலிருந்து மட்டும் கேள்விகளை அமைத்துவிடுவாரோ?

- எனக்குத் தமிழ் இலக்கணமே தகராறுதான். எப்படி ஆங்கிலப் பரீட்சை எழுதப்போகிறேன்?

- பரீட்சைக்கு நேரமாகிவிட்டதே. பஸ் ஒழுங்காக வருமா? வராவிட்டால், என்னைத் தேர்வு எழுத அனுமதிக்காமல் வெளியே நிறுத்திவிடுவார்களோ?

- மழை பெய்கிறதே, ஹால் டிக்கெட் நனைந்து கிழிந்துவிடுமோ?

- சென்றமுறை இந்தத் தேர்வு ரொம்பக் கஷ்டம் என்று சொன்னார்களே. இந்தமுறையும் அதேபோல் நடந்துவிடுமோ?

- என் கையெழுத்து ரொம்ப மோசமாச்சே. அதற்காக மார்க் குறைத்துவிடுவார்களோ?

இவையெல்லாம் வெறும் உதாரணங்கள்தான். இப்படி ஏகப்பட்ட விஷயங்களைக் கற்பனை செய்துகொண்டு, அதுபற்றிய ஊகங்கள், சந்தேகங்களிலேயே நடுங்கித் துவண்டுகொண்டிருப்பவர்கள் ஏராளம்.

அநாவசியமாக இப்படி எப்போதும் மனதைப் போட்டு உருட்டிக்கொண்டிருந்தால், தேர்வுகளுக்கு ஒழுங்காகத் தயார் செய்வதற்கான மன அமைதியும், ஒழுங்கும் இவர்களுக்கு சாத்தியப்படுவதில்லை. தவிர, இதுபோன்ற கற்பனைகளிலேயே மனம் சென்றுகொண்டிருப்பதால், படிப்பதற்கான நேரமும் குறைந்துபோகிறது.

இந்த வியாதிக்கு ஒரே ஒரு மருந்துதான் – எதிர்மறையாகச் சிந்திப்பதை முதலில் நிறுத்திவிட்டு, 'எல்லாம் ஒழுங்காக நடக்கும்' என்ற நம்பிக்கையை வளர்த்துக்கொள்ளுங்கள். அது ஒன்றே போதும்!

சில விஷயங்களைத்தான் நம்மால் கட்டுப்படுத்தமுடியும், பல விஷயங்கள், நமது கட்டுப்பாட்டில் இல்லை. உதாரணமாக, பரீட்சை நேரத்தில் மழை வருமா, வராதா என்பதும், கேள்வித் தாள் சுலபமாக இருக்குமா, கடினமாக இருக்குமா என்பதையும் நாம் தீர்மானிக்கமுடியாது. ஆனால், அந்தத் தேர்வுக்கு ஒழுங்காகவும், முழுமையாகவும் படித்துத் தயார் செய்வது, நம் கையில்தான் இருக்கிறது.

ஆகவே, எல்லாத் தேர்வுகளும் நமக்குச் சுலபமாகத்தான் இருக்கும் என்கிற அழுத்தமான நம்பிக்கையோடு, நன்றாகத் தயார்செய்துகொண்டு தேர்வுகளைச் சந்தித்தால், அதுவே பாதி வெற்றிக்குச் சமம்.

கஷ்டப்பட்டுப் படித்தும், தேர்வு கொஞ்சம் சிரமமாக அமைந்துவிட்டால்?

அதனால் என்ன? தோல்விதான் வெற்றிக்கு முதல் படி என்று கேள்விப்பட்டதில்லையா? துவண்டுபோய் அந்த முதல் படியிலே உட்கார்ந்துகொண்டிருக்காமல், அதையே நினைத்துச் கவலைப்பட்டுக்கொண்டிருக்காமல், அடுத்தமுறை

இன்னும் அதிக ஊக்கத்தோடு உழைத்து, முந்தைய தவறுகளைத் திருத்திக்கொண்டு அணுகினால், எந்தத் தேர்வும் சீக்கிரத்திலேயே உங்களுக்கு வசப்பட்டுவிடும்.

அவ்வப்போது தலைகாட்டக்கூடிய ஒரு சில தோல்விகள், நமது எதிர்கால வெற்றிகளைப் பாதிக்கும்படி செய்துகொண்டு விடக்கூடாது. தேர்வுகளைப்போன்ற நிச்சயமில்லாத சூழ்நிலைகளில், இந்த அணுகுமுறையும் ரொம்பவே அவசியமானது.

தேர்வுக்குத் தயார் செய்கிறபோதும், தேர்வு நேரங்களிலும் அளவுக்கதிகமாகச் சாப்பிடுவதும் தவறு, அதற்காகப் பட்டினி கிடப்பதும் ரொம்பத் தவறு.

சில மாணவர்கள், தீவிரமாக தேர்வுக்குப் படிக்கிறோம் என்று சொல்லிக்கொண்டு, சாப்பிடாமலே இருப்பார்கள். அந்தப் பழக்கம் மிகப் பெரிய ஆபத்தாக அமைந்துவிடலாம். ஆகவே, சாப்பாட்டுக்காக ஒரு அரை மணி நேரத்தை ஒதுக்குவதற்கு யோசிக்காதீர்கள் – மூளைக்கு ஏராளமாக வேலை கொடுக்கிற இதுபோன்ற நேரங்களில், நல்ல, ஆரோக்கியமான சாப்பாடு மிக மிக அவசியம். சுவர் இருந்தால்தான் சித்திரம்!

உடம்பைத் தெம்பாகவும், சோம்பலின்றி உற்சாகமாகவும் வைக்கக்கூடிய உணவுப் பொருள்களைத்தான் சாப்பிடவேண்டும். முக்கியமாக, காய்கறிகள், பழங்களை அதிகமாகச் சேர்த்துக்கொள்ளலாம்.

தேர்வு நேரங்களில் தவிர்க்கவேண்டிய உணவுகள் என்று ஒரு பெரிய பட்டியலே இருக்கிறது. வெறுமனே உடம்பைமட்டும் நிரப்பி, வீணான களைப்புணர்வை உண்டாக்கக்கூடிய பொருள்கள் இவை என்பதால், இவற்றை முடிந்தவரை ஒதுக்கிவிடுங்கள். இல்லாவிட்டால், கொஞ்சமாகச் சாப்பிடுவதோடு நிறுத்திக்கொள்வது நல்லது.

1. பொரிக்கப்பட்ட உணவு வகைகள் (வடை, போண்டா இத்யாதி)

2. நொறுக்குத் தீனிகள் (சிப்ஸ், முறுக்குகளில் தொடங்கி, பிட்ஸாவரை)

3. செயற்கை இனிப்பூட்டப்பட்ட பலகாரங்கள் (கடைகளில் கிடைக்கும் பெரும்பாலான இனிப்புகள் இந்த வகையைச் சேர்ந்தவைதான்)

4. பழம் அல்லாத செயற்கை பானங்கள் (*Carbonated drinks* – பெப்ஸி, கோக் வகையறாக்கள்)

5. சாக்லெட்கள்

6. இறைச்சி & முட்டை

7. அதிகமாக மசாலா & வாசனைப் பொருள்கள் சேர்க்கப்பட்ட உணவு வகைகள்

தேர்வுக் காலம் முழுவதும், போதுமான அளவு, ஆரோக்கியமான உணவு வகைகளைத் தேர்ந்தெடுத்துச் சாப்பிடவேண்டும். வெறும் வயிறால் எதையும் சாதித்துவிடமுடியாது, வயிறு முட்டத் தின்றால் தூக்கம்தான் வரும், பரீட்சைக்கு ஆகாது!

சாப்பாட்டைப்போலவே, தேர்வு நேரங்களில் தூக்கமும் ரொம்ப அவசியம். உறக்கமில்லாமல் ராத்திரி பகலாகப் படிக்கிறவர்கள் இந்த விஷயத்தை நன்றாக நினைவில் வைத்துக்கொள்ளவேண்டும்.

நம்முடைய உடம்புக்கு, ஒரு நாளைக்கு இத்தனை மணி நேரத் தூக்கம் தேவை என்று உயிரியல் கணக்கு ஒன்று இருக்கிறது. இதில் சாய்ஸே கிடையாது, தேவை என்றால் கண்டிப்பாகத் தேவைதான். தினசரி அத்தனை நேரம் கட்டாயமாகத் தூங்கியாகவேண்டும். அப்போதுதான் உடலுக்கும், மூளைக்கும் போதுமான ஓய்வு கிடைக்கும்.

நாம் இந்த உயிரியல் விதியை மீற முயன்றால், நாம் கஷ்டப்பட்டுத் தவிர்க்கிற அந்த ஒரு மணி நேரத் தூக்கத்தை, மறுநாள், நாமே எதிர்பார்க்காத ஒரு நேரத்தில் நம்முடைய உடல் நம்மிடமிருந்து பிடுங்கிவிடும். யோசித்துப்பாருங்கள், ராத்திரியெல்லாம் கண் விழித்துப் படித்துவிட்டு, மறுநாள்

தேர்வு அறையில் கண்ணசந்துவிட்டால், நஷ்டம் யாருக்கு?

தேர்வுகளுக்குத் தயாராகும்போதும், தேர்வு நாள்களிலும் தேவையான அளவு தூங்குவது முக்கியம். நன்கு தூங்கி எழுகிறபோது கிடைக்கிற புத்துணர்வும், தேர்வு எழுதுகிறவர்களுக்கு மிகுந்த உற்சாகத்தைத் தரும். முடிந்தால் சில சிறிய உடற்பயிற்சிகள், அல்லது, தியானம், மூச்சுப் பயிற்சி, அல்லது விறுவிறுவென்று கொஞ்ச தூரம் நடப்பதுகூட நல்லதுதான்.

சும்மா வெறுமனே தூங்கி வழிந்துகொண்டு தேர்வு எழுதச் செல்லாமல், இப்படி உடம்பையும், மனத்தையும் உற்சாகமாக வைத்துக்கொண்டு சென்றால், எந்த பயமும் இல்லாமல் விளாசித் தள்ளலாம்.

தேர்வைப்பற்றி நண்பர்கள், உறவினர்கள் அல்லது ஆசிரியர்களிடம் விவாதிப்பதும் ஒரு நல்ல பழக்கம். எந்தமாதிரியான கேள்விகள் கேட்கப்படலாம், தேர்வில் நன்கு செய்வதற்கு என்னென்ன முன்னேற்பாடுகள் அவசியம், எதையெல்லாம் தவிர்க்கவேண்டும், எதிலெல்லாம் கவனம் செலுத்தவேண்டும் போன்ற பல விஷயங்களை இதுபோல் பேசித் தெரிந்துகொள்ளலாம்.

தேர்வு நேரத்தில் நண்பர்களோடு பேசும்போது, அநாவசியமாக உங்களுக்குள் ஒப்பீடுகள் வேண்டாம். உங்களைவிட, உங்கள் நண்பர்கள் அதிகம் படித்திருக்கிறார்கள், உங்களைவிட அவர்கள்தான் நன்றாகத் தயார் செய்திருக்கிறார்கள் என்றெல்லாம் நீங்களாக நினைத்துக்கொண்டு டென்ஷனாகக்கூடாது – விசாரித்துப்பார்த்தால், அவர்களும் உங்களைப்போலவே எண்ணிக்கொண்டு கலவரப்பட்டுக்கொண்டிருப்பார்கள்.

சேர்ந்து படிக்கிற மாணவர்களிடையே, ஆரோக்கியமான விவாதங்கள் எல்லோருக்கும் நல்லது. பரஸ்பரம் ஒருவருக்கொருவர் உதவிக்கொண்டு, மற்றவர்களுக்குப் புரியாததைச் சொல்லிக்கொடுத்து, நமக்குத் தெரியாததைக் கேட்டுத் தெரிந்துகொள்கிற கூட்டு முயற்சி எப்போதும் நல்ல பலன் தரும்.

தேர்வு பயத்தைத் தவிர்ப்பதற்கு ஏராளமான வழிமுறைகள் இருந்தாலும், இவை அனைத்தையும்விட அதிகமாகப் பலன் தருவது, தன்னம்பிக்கைதான். இதுபோன்ற உத்திகளைப் பயன்படுத்தி நான்கு தேர்வுகளை நன்றாக எழுதிவிட்டால், அந்த நம்பிக்கைதான் நமக்கு யானை பலம்!

7. ஒத்திகை

நீங்கள் மேடை நாடகங்களைப் பார்த்திருப்பீர்கள். ஏகப்பட்ட கதாபாத்திரங்கள், ஏராளமான காட்சிகள், பக்கம் பக்கமாக வசனங்கள் – இவை எல்லாம், குழப்பமில்லாத, கச்சிதமான ஒழுங்குடன் மேடையில் அரங்கேறுகிறது.

ஆனால், நாடகத்தைப் பார்த்து ரசிக்கிற பார்வையாளர்களில் பெரும்பாலானோருக்குத் தெரியாத ஒரு விஷயம், நாடகத்தின் வெற்றி, நல்ல, முழுமையான, சிறப்பான ஒத்திகையில்தான் இருக்கிறது. கடுமையாக உழைத்து ஒத்திகை செய்கிறவர்கள்தான், மேடையின் அனாயாசமாக நடித்து, கைதட்டல்களை அள்ளிக்கொள்கிறார்கள்.

இதே விஷயம், நம்முடைய தேர்வுகளுக்கும் பொருந்தும். நன்றாகத் தேர்வு எழுதவேண்டுமானால், அதற்கு நீங்கள் சிறப்பாகத் தயார் செய்திருக்கவேண்டும். அதனால்தான், முக்கியமான தேர்வுகளுக்குமுன், இதற்காகவே சிறப்பு விடுமுறை நாள்கள் (*Study Holidays*) வழங்கப்படுகின்றன.

எல்லாத் தேர்வுகளுக்கும் சரியானமுறையிலும், முழுமையாகவும் தயார் செய்துகொள்வது மிக அவசியம். அப்படிச் செய்யாமல் தேர்வுக்குச் சென்று அமர்வது, நம்முடைய ஆயுதத்தைக்

சூராக்கிக்கொள்ளாமல் போருக்குச் செல்வதைப்போன்ற முட்டாள்தனம்.

தினந்தோறும் வகுப்புகளுக்குச் செல்கிறோம், பாடங்களை கவனிக்கிறோம், அதெல்லாம் போதாதா? தேர்வுக்கு என்று தனியாகத் தயார் செய்யவேண்டுமா? ஏன்?

– இந்தக் கேள்வி பெரும்பாலானவர்கள் மனதில் இருக்கிறது. ஆனால், அதற்கான பதிலையும் அவர்களே அனுபவபூர்வமாகத் தெரிந்துகொள்ளலாம். வகுப்பில் பாடங்களைக் கவனிக்கும்போது, நம்முடைய கவனம் பலவிதங்களில் சிதறியிருக்கக்கூடும். சில விஷயங்கள் மனதில் பதியும், சிலது இந்தக் காதில் நுழைந்து அந்தக் காதில் சென்றுவிடும், அப்போது நாம் இதற்கெல்லாம் முக்கியத்துவம் தருவதில்லை.

ஆனால், தேர்வுகள் என்று வந்துவிட்டபின், எல்லாமே முக்கியம்தான். அன்றன்றைய பாடங்களைக் கொஞ்சம் கொஞ்சமாகப் படித்ததையெல்லாம், நினைவுக்குக் கொண்டுவந்து, மறுபடி வாசித்துப் பார்த்து, அவற்றைத் தொகுத்து, முழுமையான மனச் சித்திரத்தை அமைத்துக்கொள்வது மிக அவசியம்.

எந்தப் பாடத்தை எடுத்துக்கொண்டாலும், வகுப்பில் ஒவ்வொரு நாளும் அந்தத் தலைப்பில் வெவ்வேறு விஷயங்களைப்பற்றி கொஞ்சம்கொஞ்சமாகப் படித்திருப்பீர்கள். ஆனால், அந்தப் பாடத்தில் தேர்வு என்று வரும்போது, இதுபோன்ற துண்டுச் செய்திகள், தகவல்கள் அனைத்தையும் ஒழுங்கோடு கோத்துப் பார்க்கிறபோதுதான், நாம் எதிர்கொள்ளவிருக்கும் தேர்வுக்கான முன் தயாரிப்புகள் முழுமையடையும்.

நீங்கள் என்னதான் சூட்சும புத்தியாளராக இருந்தாலும், தேர்வுகளுக்கு முறையாகத் தயார் செய்துகொள்வது மிக மிக அவசியம் – சச்சின் டெண்டுல்கர் தொடங்கி, உலகின் முதல் நிலை கிரிக்கெட் ஆட்டக்காரர்கள் எல்லோருமே, ஒவ்வொரு கிரிக்கெட் போட்டிக்குமுன்னும் வலைப்பயிற்சியில் ஈடுபடுவதைக் கேட்டிருக்கிறீர்கள்தானே?

தேர்வுக்குத் தயார் செய்கிற நாள்களில், அதற்கென்று

முறையாகத் திட்டமிடுவது ரொம்ப அவசியம். ஒரே நாளில் எல்லாவற்றையும் படிக்கிற கூத்து வேண்டாம்.

தேர்வுக்குத் தயார் செய்துகொள்ளத் திட்டமிடுவது என்றால், நாம் எந்தெந்தச் சமயங்களில், எந்தெந்தப் பாடங்களுக்குத் தயார் செய்யப்போகிறோம் என்று தெளிவாக ஒரு வெள்ளைத் தாளில் எழுதிவைத்துக்கொள்வது, பின்னர், அதைக் கண்டிப்பாகப் பின்பற்றுவது.

இதுபோன்ற திட்டங்களை வடிப்பதற்குமுன், சில முக்கியமான அடிப்படை விஷயங்களைக் கருத்தில் கொள்ளவேண்டும் :

● மொத்தம் எத்தனை தேர்வுகள்?

● அவற்றுக்குத் தயார் செய்துகொள்ள எத்தனை நாள் அவகாசம் இருக்கிறது?

● எந்தெந்தத் தேர்வுகளுக்குமுன்னால் விடுமுறை நாள்கள் உண்டு? எதற்கெல்லாம் விடுமுறையே கிடையாது?

● எந்தெந்தப் பாடங்கள் நமக்குக் கஷ்டம்? எதெல்லாம் சுலபம்?

● நாம் படிக்கும் வேகம் என்ன? சாதாரணமாக ஒரு பாடத்தைப் படிக்க நாம் எடுத்துக்கொள்கிற சராசரி நேரம் எவ்வளவு?

இப்படிப் பல விஷயங்களைக் கணக்கிட்டுதான், ஒவ்வொரு தேர்வுக்கும் எவ்வளவு நேரம் ஒதுக்குவது என்று முடிவு செய்யவேண்டும்.

கஷ்டமான பாடங்களுக்கு அதிக நேரம் ஒதுக்குவதும், தேர்வுக்குமுன் விடுமுறை இல்லாத பாடங்களுக்கு, முன்னதாகவே தயார் செய்துகொள்வதும் அவசியம்.

திட்டமிடுவதில் காட்டுகிற அதே சமர்த்து, அதை முறைப்படி நிறைவேற்றுவதிலும் வேண்டும். ஏனெனில், தேர்வு நேரங்களில் ஒவ்வொரு நிமிடமும் தங்கம்தான். நேரத்தை வீணாக்காமல், முன்னமே திட்டமிட்டபடி கவனமாகப் படித்தால்தான், எல்லாத் தேர்வுகளுக்கும் உரிய கவனம் செலுத்தித் தயாராகமுடியும்.

ஏதேனும் ஒரு பாடத்தை சரியாகப் படிக்கமுடியவில்லை என்று அதிலேயே நெடுநேரத்தைச் செலவிட்டால், அதனால் மற்ற பாடங்களும் பாதிக்கப்படும். கடைசியில், திருகாணி சரியில்லாமல் ரயில் கவிழ்ந்த கதையாகிவிடும்.

ஒருவேளை சில விஷயங்கள் நாம் திட்டமிட்டபடி நடக்காமல் போகலாம், பதற்றப்படாதீர்கள், அந்த பயமே உங்களை வீழ்த்திவிடும். மிகப் பெரிய நிறுவனங்களும், அரசாங்கங்களுமே தங்களின் திட்டங்களைச் சரியாக நிறைவேற்றமுடியாமல் திணறுகிறார்கள். நிலைமை அப்படியிருக்க, நம் திட்டங்கள் ஆங்காங்கே சறுக்குவது சகஜம், அதைக் கவனித்துச் சரிசெய்வதில்தான் நமது திறமை இருக்கிறது.

நாம் திட்டமிட்டபடி அமையாத விஷயங்கள் / சந்தேகங்களுக்கு உரிய மாற்று ஏற்பாடுகளைச் செய்துவிட்டு, மற்ற பாடங்களில் கவனம் செலுத்தவேண்டும். உதாரணமாக, ஒரு கணக்குப் புரியவில்லை என்றால், அந்தப் பாடத்தைக் கரைத்துக் குடித்திருக்கும் ஒரு சக மாணவனிடம் சந்தேகம் கேட்கலாம், அல்லது, ஆசிரியரை வீட்டில் சென்று சந்தித்து, புரியாததைச் சொல்லித்தரும்படி கேட்கலாம்.

இப்படிப்பட்ட மாற்று யோசனைகளைச் சீக்கிரத்தில் கண்டறிவதும் ரொம்ப முக்கியம். அப்போதுதான், அதைப்பற்றியே நெடுநேரம் கவலைப்பட்டு நேரத்தை வீணடித்துக்கொண்டிருக்காமல், அந்த நேரத்தை உருப்படியாக மற்ற பாடங்களுக்கு ஒதுக்கலாம்.

தேர்வுக்குத் தயார் செய்யும்போது, அது எப்படிப்பட்ட தேர்வு என்றும் கவனிப்பது அவசியம். சில தேர்வுகளில், இந்த விஷயத்தைப்பற்றி விளக்குக என்று பொத்தாம்பொதுவாகக் கேட்டுவிட்டு, கட்டுரைபோல் நீங்கள் நீளமாக பதில் எழுதவேண்டும் என்று எதிர்பார்ப்பார்கள். வேறு சில தேர்வுகளில், ஒவ்வொரு கேள்விக்கும் நான்கு பதில்களைக் கொடுத்துவிட்டு, அவற்றில் சரியானது எது என்று உங்களைக் கேட்பார்கள். இதைக் கவனித்து, அதன்படி தயார் செய்துகொள்ளவேண்டும்.

நான்கு பதில்களில் எது சரியானது என்று கேட்கும் *Objective* தேர்வுகளுக்கு, புள்ளிவிபரங்கள், சூத்திரங்கள், தகவல்களில் கவனம் செலுத்தவேண்டும். கட்டுரை வடிவில் எழுதும் தேர்வுகளில், மொழி அறிவும், இலக்கணச் சுத்தமாக எழுதுவதும், விஷயங்களை வரிசைப்படுத்துகிற ஒழுங்கும் முக்கியமாகிறது – இப்படி வெவ்வேறுவிதமான தேர்வுகளுக்கு, நாம் தயார் செய்கிற முறைமையும் மாறுபடுகிறது.

எல்லாப் பாடங்களையும் படிப்பது முக்கியம்தான். ஆனால் அதற்காக எந்நேரமும் புத்தகத்தைத் திறந்துவைத்துக்கொண்டு உட்கார்ந்திருக்கவேண்டும் என்று கட்டாயமில்லை. படித்தவற்றை விரைவாகத் தொகுத்துப் பார்ப்பதும் அவசியம்.

படித்ததைத் தொகுத்துப்பார்க்கப் பலவிதமான உத்திகள் உண்டு. அவற்றில் மிக எளிமையானது, படித்த விஷயங்கள் எல்லாவற்றையும், சிறு குறிப்புகளாகத் தொகுத்துக்கொள்வது.

வெறுமனே துண்டுக் காகிதங்களில், சுருக்கெழுத்துபோல் கிறுக்கிவைத்தால்கூட போதும், முடிந்தால் ஆங்காங்கே சில சிறிய விளக்கப்படங்கள், தொகுப்பு வரைபடங்கள் இத்யாதி., – இப்படிச் சேகரித்துவைக்கும் குறிப்புகளை, பின்னால் விரைவாகப் புரட்டும்போது, ஒவ்வொரு விஷயத்தையும் மறுபடி நினைவில் கொண்டுவந்து சரிபார்த்துக்கொள்ளலாம், சரியாகப் புரியாமல் மசங்கித் தெரியும் விஷயங்களை, மீண்டும் படித்து தெளிவாகிக்கொள்ளலாம்.

முந்தைய வருட வினாத்தாள்களைப் புரட்டுவதும் ஒரு நல்ல உத்தி. இவற்றிலிருக்கும் கேள்விகளுக்கெல்லாம் விடை தெரிந்துகொள்ளும்போது, அந்தப் பாடத்துக்கான தயாரிப்பு முழுமையடைகிறது, மனத்தளவில் ஒரு தேர்வைச் சந்தித்து சமாளித்த திருப்தியும் கிடைக்கிறது.

முடிந்தால், நிஜப் பரீட்சைபோல் அமர்ந்து, பழைய வினாத்தாள்களுக்குப் பதில் எழுதிப்பார்க்கலாம். இந்தப் பயிற்சிகள், நீங்கள் படித்ததைச் சோதிப்பதோடு, தேர்வு எழுதுவதைப்போன்ற ஒரு உணர்வை உண்டாக்கி, அந்த

அனுபவத்துக்கு உங்களைப் பழக்கப்படுத்துவதால், நிஜமான தேர்வின்போது டென்ஷன் குறைகிறது.

இப்படி நாமாக பயிற்சிக்கு எழுதிப் பார்க்கும் 'மாதிரித் தேர்வு'களில், நீங்கள் சரியாகச் செய்யாவிட்டாலோ, அல்லது குறைந்த மார்க் வாங்கிவிட்டாலோ, கவலைப்படாதீர்கள், பதற்றப்படாதீர்கள், பயப்படாதீர்கள். எல்லாம் நல்லதற்குதான். இப்போது செய்த அந்தத் தவறுகளை, நிஜத் தேர்வில் செய்யமாட்டீர்கள் அல்லவா?

என்னதான் பரீட்சை நேரம் என்றாலும், அதற்காகத் தொடர்ந்து படித்துக்கொண்டே இருப்பது கொஞ்சம் சலிப்பூட்டுகிற விஷயம்தான். ஆகவே, அவ்வப்போது சில உத்திகளைக் கையாண்டு, நம்மை நாமே உற்சாகப்படுத்திக்கொள்வது நல்லது.

உதாரணமாக, அரை மணி நேரத்துக்கு ஒருமுறை, புத்தகத்தை மூடிவைத்துவிட்டு, அதுவரை படித்த விஷயங்களை வெற்றுத்தாளில் குறிப்புகளாக எழுதிப் பழகலாம். அல்லது, உடன் படிக்கும் நண்பனிடம் புத்தகத்தைக் கொடுத்து, கேள்வி கேட்கச் சொல்லலாம், அல்லது சென்ற வருட வினாத்தாளை எடுத்துவைத்துக்கொண்டு, எல்லாக் கேள்விகளுக்கும் நமக்கு பதில் தெரிகிறதா என்று சோதித்துக்கொள்ளலாம், இதெல்லாம் சரிப்படாவிட்டால், சமீபத்திய ஹாரி பாட்டர் புத்தகத்தின் அட்டைப்படத்தை ரசிக்கலாம், கொஞ்சம் தண்ணீர் குடித்துவிட்டு, ஐம்பது தோப்புக்கரணம் போடலாம்.

இப்படிச் சிறிது நேரம் வேறு ஏதாவது விஷயங்களில் கவனத்தைத் திருப்பிவிட்டு, பிறகு மீண்டும் புத்தகத்தைப் பிரித்தால், சோர்வு குறைந்து, பழைய உற்சாகம் தொற்றிக்கொள்வது உறுதி!

ஒரு நாளைக்கு எத்தனை மணி நேரம் படிக்கலாம்?

இந்தக் கேள்விக்கு நேரடியாகப் பதில் சொல்வது கொஞ்சம் சிரமம். ஏனெனில், ஒவ்வொருவருடைய திறமை, புத்திசாலித்தனம், அதைவிட முக்கியமாக, அவரவர் உடல் தகுதியைப் பொறுத்தது இது. சிலரால் கொஞ்ச நேரம்தான் படிக்கமுடியும், அதுவே போதும். சிலருக்கு மணிக்கணக்காக

உட்கார்ந்தால்தான் சரிப்படும். உங்களுக்கு எது சரி என்று நீங்களே கணித்து முடிவெடுக்கலாம், அல்லது அப்பா, அம்மா, அண்ணா, அக்கா, ஆசிரியர்களிடம் உதவி / ஆலோசனை கேட்டுத் தெரிந்துகொள்ளலாம்.

என்னதான் முக்கியமான பரீட்சையானாலும், அதற்காக நம்முடைய உடலையும், மனதையும் அதீதமாக வருத்துவது ஆகாது. மூளைக்கு உரிய ஓய்வு கொடுத்தால்தான், அதனால் திறம்படச் செயல்படமுடியும்.

ஒரு நாளைக்கு இருபத்து மூன்றே முக்கால் மணி நேரம் படிக்கிற ராட்சச விளையாட்டெல்லாம் வேண்டாம். தினந்தோறும் குறைந்தது ஆறு மணி நேரத் தூக்கம் அவசியம். அதுவும் குறிப்பாக, உங்களுடைய வழக்கமான தூக்கச் சுழற்சியை (Sleep Cycle) இதற்காக மாற்றிக்கொள்வது ஆகாது - எப்போதும் எப்படித் தூங்குவீர்களோ, அதே நேரத்தில், போதுமான அளவு தூங்கி எழுவதுதான் நல்லது.

படித்துவிட்டு நேரே தூங்கச் செல்லாதீர்கள். அதன்பிறகு கனவிலும் எங்கள், ஃபார்முலாக்கள்தான் வந்து கூத்தாடும். இதைத் தவிர்ப்பதற்காக, பாடங்களைப் படித்து முடித்தபின், சிறிது நேரம் நடைப்பயிற்சி, அல்லது, டாம் அண்ட் ஜெர்ரி கார்ட்டூன், அல்லது, தங்கச்சியுடன் அஞ்சாங்கல் ஆட்டம் என்று உற்சாகமாக நேரம் செலவிடுங்கள். அதன்பின், காலையில் உரிய நேரத்தில் எழுவதற்கான அலாரம் அமைத்துவிட்டு, பாடங்களை நினைக்காமல், தேர்வுகளை நினைக்காமல், நன்றாகத் தூங்குங்கள். அந்த ஓய்வு உங்களுக்கு பலமாகவே அமையும்.

8. திட்டமிடு, செயல்படு

தேர்வுக்கு முந்தின நாள், உங்களுடைய தேர்வு எங்கே நடக்கிறது என்று பாருங்கள். உங்களுடைய பள்ளியிலேயே தேர்வு என்றால் பிரச்சனையில்லை, வேறு இடமென்றால், அந்த இடத்தைப்பற்றி நன்றாகத் தெரிந்துகொண்டால், பல கடைசி நேரப் பிரச்சனைகளைத் தவிர்க்கலாம்.

தேர்வு நடைபெறும் இடம் எது? நம் வீட்டிலிருந்து அந்த இடத்துக்கு எப்படிச் செல்லவேண்டும்? பேருந்தில் செல்வதானால், எந்த எண் பேருந்து? எந்த நிறுத்தத்தில் இறங்கவேண்டும்? இறங்கியபின் தேர்வு நடக்கும் இடத்துக்குச் செல்வது எப்படி? சைக்கிளில் செல்வதானால், சைக்கிள் நிறுத்துவதற்குப் போதுமான இடம் உள்ளதா? மதிய உணவுக்கு என்ன ஏற்பாடு? நாமே டிஃபன் பாக்ஸில் கொண்டுவந்தால், எங்கே உட்கார்ந்து சாப்பிடுவது - இப்படிப் பல தகவல்களைத் தெரிந்துகொள்வது நல்லது.

அதேபோல், தேர்வுக்கு என்னென்ன கொண்டுசெல்லவேண்டும் என்றும் ஒரு சிறு பட்டியல் தயாரித்துவிடுவது நல்லது.

உதாரணமாக, எழுதுபொருள்கள், ஜியோமிதிக் கருவிகள், பென்சில் சீவுவதற்கான கருவி, அல்லது மொன்னை பிளேடு,

ஹால் டிக்கெட், சாப்பாடு, தண்ணீர் பாட்டில், பஸ் பாஸ், கால்குலேட்டர், அவசரத் தேவைக்கு ஏதேனும் மருந்துகள் – இப்படி ஒரு பட்டியல் எழுதிவைத்துக்கொண்டால், மறுநாளைக்குள் எல்லாவற்றையும் தயார் செய்துவிடலாம். கடைசி நேரத்தில் அனாவசிய டென்ஷன்கள் இருக்காது.

தேர்வுக்கு முந்தைய நாள் இரவு, நெடுநேரம் கண்விழிக்காதீர்கள். சரியாகத் திட்டமிட்டுப் படியுங்கள், நேரத்தில் தூங்குங்கள், மறுநாள் காலையில் சீக்கிரம் எழுந்துவிடுங்கள்.

படித்துவிட்டு நேராகத் தூங்கச்செல்வது தவறு என்று ஏற்கெனவே பார்த்தோம். தூங்கி எழுந்து நேராகத் தேர்வு எழுதச் செல்வது அதைவிடப் பெரிய தவறு. ஆகவே, தேர்வுக்கு அரை மணிநேரம் முன்புவரை தூங்கிக்கொண்டிருக்காமல், கூடுமானவரை அதிகாலையில் எழுந்துவிடுவது நல்லது.

எப்போதும் வெறும்வயிற்றில் தேர்வு எழுதுவது ஆகாது. ஆகவே, கொஞ்சமாவது சாப்பிட்டுவிட்டுச் செல்லுங்கள்.

ஆடம்பரமில்லாத, அதேசமயம் அழுக்கு மூட்டையாகவும் இல்லாத எளிய, கண்ணியமான உடை அணியுங்கள், தாமதமின்றிக் கிளம்பி, தேர்வு நேரத்துக்குச் சற்று முன்பாகவே தேர்வு அறையின் அருகே சென்றுவிடுங்கள்.

தேர்வு நேரம் நெருங்க நெருங்க, பலவிதமான எதிர்மறை எண்ணங்கள் உள்ளே ஊசலாடும், ஆனால், அதையெல்லாம் முடிந்தவரை கண்டுகொள்ளாமல் ஒதுக்கிவிடுங்கள். எக்காரணத்திற்காகவும் பதற்றம் கொள்ளாதீர்கள்.

தேர்வு நேரங்களில், வினாத்தாள்கள் வெளியாவதுபோன்ற வதந்திகளும், இந்தத் தேர்வு ரொம்பச் சிரமமாக அமையப் போகிறது என்பதுபோன்ற அரைவேக்காட்டு ஊகங்களும் சகஜம். அதையெல்லாம் நம்பி, உங்களுடைய பயத்தைக் கூட்டிக்கொள்ளாதீர்கள். இதுபோன்ற விஷயங்களை அந்த மகாவிஷ்ணுவே நேரில் வந்து சொன்னாலும், இந்தக் காதில் வாங்கி, அந்தக் காதில் விட்டுவிடுவது உத்தமம்.

சில மாணவர்கள், தேர்வு தொடங்கும் வினாடிவரை படித்துக்கொண்டிருப்பார்கள். உண்மையில், இந்தப் பழக்கத்தால் சிரமங்கள்தான் அதிகம். அந்த நேரம் பார்த்து, நாம் படிக்காத விஷயங்கள் ஞாபகத்தில் வந்தால், நாம் அதுவரை கஷ்டப்பட்டுக் கட்டிவைத்திருந்த மனம், மறுபடி தட்டுத்தடுமாறத் தொடங்கிவிடும்.

ஆகவே, தேர்வுக்குக் கால் மணி நேரம் (அல்லது, முடிந்தால் அரை மணி நேரம்) முன்னதாக, புத்தகத்தை முடிவைத்துவிடுவது நல்லது. அத்துடன் தயாரிப்புகள் முடிந்தன. அதன்பின், மனத்தளவில் நீங்கள் தேர்வு எழுதத் தயாராகிவிடவேண்டும்.

தேர்வு அறையினுள் நுழைந்து, வினாத்தாள் வழங்கப்பட்டதும், அதை ஒருமுறை விரைவாகப் படித்துவிடுங்கள். ஏதேனும் கேள்விக்கு உங்களுக்கு பதில் தெரியாவிட்டால், நடுங்காதீர்கள், முழு வினாத்தாளையும் படித்தபிறகுதான், பதில்களைப்பற்றி யோசிக்கவேண்டும்.

அடுத்து, நேரத் திட்டமிடுதல் (*Time Management*). இதற்காக, சுமார் பத்து நிமிடங்கள்வரை ஒதுக்கினால் தப்பில்லை. அந்த நேரத்தில், கேள்விகளை மீண்டும் வாசித்து, ஒவ்வொரு கேள்விக்கும் பதில் எழுதுவதற்கு எவ்வளவு நேரமாகலாம் என்று கச்சிதமாக திட்டமிட்டுக்கொள்ளுங்கள்.

இப்படிச் சரியாகத் திட்டமிட்டபிறகு, பாதித் தேர்வை எழுதிமுடித்துவிட்டதுபோல் நீங்கள் நினைத்துக்கொள்ளலாம். அதன்பின், தேர்வு முடியும்வரை நேரத்தைப்பற்றி நீங்கள் கவலைப்படக்கூடாது. ஒவ்வொரு கேள்விக்கும் எத்தனை நேரம் ஒதுக்கப்பட்டிருக்கிறதோ, அதற்குள், அந்தக் கேள்விக்கான முழுமையான பதிலை எழுதுவதில்தான் உங்கள் கவனம் இருக்கவேண்டும்.

ஒவ்வொரு கேள்வியையும் நாம் நிதானமாக அணுகுவது மிக முக்கியம். நமது பதில்களில், நமக்குத் தெரிந்ததையெல்லாம் படபடவென்று கொட்டிவிடாமல், ஒரு கட்டுரை வடிவில், அறிமுகம், விளக்கம், முடிவுரை என்று தெளிவாகப்

பிரித்து எழுதுவதுடன் அங்கங்கே உரிய வரைபடங்கள், விளக்கப்படங்கள், சூத்திரங்கள் என்று சேர்ப்பது நல்லது. இவை அனைத்தும், ஒழுங்குடனும், அடித்தல், திருத்தல்கள் அதிகமில்லாமலும் எழுதப்பட்டால், ரொம்ப நல்லது!

நீங்கள் எழுதுவதாக முடிவுசெய்த, அல்லது எழுதியே தீரவேண்டிய ஒரு கேள்விக்கு, உங்களுக்குச் சரியாகப் பதில் தெரியாவிட்டால், அதனால் பயம் உண்டாகலாம். இதைத் தவிர்ப்பதற்குச் சிறந்த வழி, அந்தக் கேள்வியைக் கடைசிக்குத் தள்ளிவிடுவதுதான்.

அதாவது, நமக்கு நன்கு தெரிந்த விஷயங்களை முதலில் எழுதவேண்டும். இதன்மூலம், நமது தன்னம்பிக்கை பெருகுகிறது. முன்பு இருந்த பதற்றம் இப்போது குறைந்திருக்கும், முதலில் சந்தேகமாக இருந்த விஷயங்கள்கூட, இப்போது ஓரளவு தெளிவாகத் தோன்றும். நாம் முன்பு ஒதுக்கிவைத்த கேள்விகளைப் புது நம்பிக்கையோடு அணுகமுடியும்.

என்னதான் சிரமமான கேள்விகள் என்றாலும், அவை உங்களுக்கு முற்றிலும் அறிமுகமில்லாதவையாக இருக்க வாய்ப்பில்லை. ஆகவே, அவைபற்றி உங்களுக்கு என்னென்ன விஷயங்கள் தெரியுமோ, அவற்றை முதலில் எழுதத் தொடங்கலாம். சின்னச் சின்ன விஷயங்களாக இருந்தாலும் பரவாயில்லை. எழுதத் தொடங்குவதுதான் முக்கியம். இப்படி எழுதுகையில், அதுதொடர்பான வேறு சில விஷயங்கள் நினைவில் தோன்றும். அவற்றையும் உரிய முறையில் கோத்து எழுதுவதன்மூலம் இந்தப் பிரச்சனையை ஓரளவு சமாளித்துவிடலாம்.

சில கேள்விகளுக்கான பதில்கள், நாம் எதிர்பார்த்ததைவிட நீண்டுவிடும், ஆகவே, அவற்றுக்கு அதிக நேரம் ஒதுக்க நேரிடலாம். இந்தக் கூடுதல் நேரம், ஒன்றிரண்டு நிமிடங்கள் என்றால் பிரச்சனையில்லை, அதற்குமேல் நீளுமானால், அதை அப்படியே நிறுத்திவிட்டு, அடுத்த கேள்வியில் கவனம் செலுத்துவது நல்லது. பின்னர், எல்லாக் கேள்விகளுக்கும் பதில் எழுதியபிறகு, நேரம் மிச்சமிருந்தால், இந்தக் கேள்விக்குத் திரும்பிவந்து, எழுதுவதைத் தொடரலாம்.

இதன்மூலம், நாம் அனைத்துக் கேள்விகளுக்கும் சம அளவு கவனம் கொடுத்து, நம்முடைய விடைகளை எழுத முயல்கிறோம். உங்களுடைய ஆசிரியர்களும் இதைத்தான் விரும்புவார்கள்.

மணிக்கணக்காக ஒரேமாதிரி அமர்ந்து தேர்வு எழுதுகையில், நமக்கு ஒருவிதமான சலிப்புணர்வு ஏற்பட வாய்ப்புகள் அதிகம். ஆகவே, அவ்வப்போது நமது உட்காரும் நிலையை (position) மாற்றிக்கொள்வது நல்லது - கால்களை மடக்கி அமரலாம், சொடக்குப்போடலாம், சில விநாடிகள் கண்களை அழுந்த மூடி அவற்றுக்கு ஓய்வு கொடுக்கலாம், ஆழமாக சுவாசித்து மூச்சுப் பயிற்சி செய்யலாம், ஏதேனும் மந்திரங்கள் அல்லது தன்னம்பிக்கை வாசகங்களை மனத்துக்குள் சொல்லிப்பார்க்கலாம் - இப்படி அடிக்கடி ஏதாவது செய்து, நமக்கு நாமே புத்துணர்வு ஊட்டிக்கொள்ளவேண்டும்.

தேர்வின் கடைசி அரை மணி நேரம் ரொம்ப முக்கியம். பெரும்பாலான மாணவர்கள் கைக்கடிகாரத்தைப் பார்த்துக்கொண்டு, இன்னும் எழுதவேண்டிய விஷயங்களை நினைத்து பதற்றமடைவது இப்போதுதான். ஆனால், நாம் முன்பே பார்த்ததுபோல் நேரத் திட்டம் அமைத்து, அதை முறைப்படி பின்பற்றினால், இந்த அரை மணி நேரத்தில் நீங்கள் டென்ஷனில்லாமல் நிதானமாகத் தேர்வை எழுதிமுடிக்கலாம்.

இந்த நேரத்தில் பயமுட்டக்கூடிய இன்னொரு விஷயம், சீக்கிரமாகத் தேர்வை எழுதி முடிக்கிறவர்களைப் பார்ப்பது. அவன்மட்டும் எழுதி முடித்துவிட்டான், நான் இன்னும் முடிக்கவில்லையே என்று நினைத்துக் கவலைப்படாதீர்கள் - சீக்கிரமாகத் தேர்வு எழுதுவதற்கு என்று தனியாக மார்க் எதுவும் கிடையாது.

சொல்லப்போனால், தேர்வு நேரத்தை முழுமையாக, கடைசி விநாடிவரை பயன்படுத்திக்கொள்வதுதான் நல்லது. கடைசி நேரத்தில் ஏதேனும் ஒரு புது விஷயம் நினைவில் தோன்றலாம், அல்லது, எதையாவது தவறாக எழுதியது கண்ணில் பட்டு, அதைத் திருத்தலாம் - இந்தக் கடைசி நேரப் பணிகள், பல மதிப்பெண்களைக் கூட்டித்தருபவை.

எல்லாக் கேள்விகளுக்கும் பதில் எழுதியபின், அதுவரை எழுதிய அனைத்தையும் ஒருமுறை விரைவாகப் படித்துவிடுங்கள். எதையேனும் மறந்துவிட்டோமா, அல்லது எந்தக் கேள்விக்காவது தவறான பதில் எழுதியிருக்கிறோமா, கேள்வி எண்ணை எழுத மறந்துவிட்டோமா, படங்கள் அனைத்திலும் பாகம் குறித்திருக்கிறோமா, அவற்றுக்கு முறைப்படி தலைப்புகள் இட்டிருக்கிறோமா, விடைத்தாள்கள் எல்லாவற்றிலும் நமது தேர்வு எண் உள்ளதா, பக்க எண்கள் ஒழுங்காக இருக்கிறதா – இப்படிப் பல விஷயங்களைக் கவனிக்கவேண்டும்.

தேர்வு முடிவதற்குப் பத்து நிமிடங்கள்முன்னால், இந்த அவசர ரிவிஷனைச் செய்துவிட்டு, அதன்பின், கடைசி விநாடிவரை தொடர்ந்து எழுதிக்கொண்டிருப்பதிலும் தவறில்லை. ஆனால், கடைசி மணி ஒலிப்பதற்குச் சில நிமிடங்கள்முன், உங்களுடைய எல்லா விடைத்தாள்களையும் ஒழுங்காகக் கோத்து, நூல் வைத்துக் கட்டிவிடுங்கள். அதன்பின், கடைசி நேரத்தில் ஆசிரியர் உங்களுடைய விடைத்தாளைப் பிடுங்கிக்கொண்டுபோய்விட்டாலும் பிரச்சனையில்லை.

இப்படி எல்லா விஷயங்களிலும் ஒழுங்கோடு திட்டமிட்டுச் செயல்பட்டால், தேர்வுகளை நினைத்து பயப்படாமல், நினைத்ததையெல்லாம் எழுதிவிட்டோம் என்கிற திருப்தியுடன், தேர்வு அறையிலிருந்து மகிழ்ச்சித் துள்ளலோடு வெளிவரலாம்.

நாம் முன்பே பலமுறை பார்த்துபோல், தேர்வுகள் பயத்துக்குரிய விஷயங்களே இல்லை. பதற்றத்தைத் தவிர்த்துத் தன்னம்பிக்கையோடு எழுதினால், வெற்றி நிச்சயம். வாழ்த்துகள்!

தெளிவான எழுத்தும் ஆழமான ஆய்வும் நிறைந்த நூல்களுக்காகத் தமிழ் வாசகர்களிடையில் நன்கு அறியப்பட்டுள்ள என். சொக்கன் புனைவு, வாழ்க்கை வரலாறு, நிறுவன வரலாறு, தன்னம்பிக்கை, சிறுவர் இலக்கியம் உள்ளிட்ட துறைகளில் இதுவரை எழுபதுக்கும் மேற்பட்ட நூல்கள், நூற்றுக்கணக்கான கதைகள், கட்டுரைகளை எழுதியுள்ளார். விரிவான ஆய்வுகள், சான்றுகளின் அடிப்படையிலான ஆழமான வரலாற்று நூல்களைத் தமிழில் எழுத இயலும், அவற்றைப் பெரும்பான்மை வாசகர்களுக்குக் கொண்டுசேர்க்கவும் இயலும் என்பதைப் பலமுறை நிரூபித்த எழுத்து வகை இவருடையது.

தமிழ், ஆங்கிலம் ஆகிய இரு மொழிகளிலும் எழுதும் சொக்கனுடைய நூல்கள் ஹிந்தி, கன்னடம், மலையாளம் உள்ளிட்ட பல மொழிகளில் மொழிபெயர்ப்பாகியுள்ளன.